കാലിഗ്രാഫി

AF529682

INSIGHT PUBLICA

Nadakkavu, Kozhikode, Kerala, 673011
www.insightpublica.com
e-mail: insightpublica@gmail.com
Title: **Calligraphy**
Author: **Cinasha**
First Edition: January 2024

Printed and Published by
InsightinPublica Printers & Publishers Pvt. Ltd.
ISBN 978-93-5517-851-0

കാലിഗ്രാഫി

സിനാഷ

INSIGHT PUBLICA®

സിനാഷ

ജനനം 2007 ഒക്ടോബർ 29. കാഞ്ഞങ്ങാട് ജി എച്ച് എസ്സ് എസ്സ് ബല്ല ഈസ്റ്റ് പതിനൊന്നാം ക്ലാസ്സ് വിദ്യാർത്ഥിനി. അച്ഛൻ ശ്രീകുമാർ, അമ്മ സ്മിത. പ്രസിദ്ധീകരിച്ച പുസ്തകങ്ങൾ-The Mysterious Forest, Song of the River, A Girl and the Tigers, പൂവണിയുന്ന ഇലച്ചാർത്തുകൾ, കടലിന്റെ രഹസ്യം, ഒരു തളിരിലയും ഒരു തുള്ളി നിലാവും, ചെമ്പനീർപ്പൂക്കൾ, കാടും കനവും, പച്ചനിറമുള്ളവൾ (നോവലുകൾ), വസന്തം എന്ന പെൺകുട്ടി, എന്നെ വിശ്വസിക്കരുത്, മഷിയുടെ അനാട്ടമി, വാഴ് വിന്റെ പാപഭാരം, കാലിഗ്രാഫി (കവിതാസമാഹാരം) സിനാഷയുടെ പുസ്തകം (നിരൂപണം)

അംഗീകാരങ്ങൾ

കേരള സർക്കാർ ഉജ്വലബാല്യം പുരസ്കാരം 2020, റോയൽ കോമൺവെൽത്ത് സൊസൈറ്റി കോമൺവെൽത്ത് ഗോൾഡ് അവാർഡ് - (QCEC 2021) ഇംഗ്ലീഷ് കവിതയ്ക്ക്, എൻ എൻ കക്കാട് അവാർഡ് 2021, ഭീമ സ്വാതികിരൺ ബാലസാഹിത്യ പുരസ്കാരം 2022 (ഒരു തളിരിലയും ഒരു തുള്ളി നിലാവും എന്ന നോവലിന്), പി വി കെ കടമ്പേരി അവാർഡ് 2022 (സമഗ്ര സാംസ്കാരിക സംഭാവനയ്ക്ക്), മുല്ലനേഴി ട്രസ്റ്റിന്റെ വിദ്യാലയ കാവ്യപ്രതിഭാ പുരസ്കാരം 2022, മാധ്യമം കഥാ പുരസ്കാരം 2022, സമസ്തകേരള സാഹിത്യപരിഷത്ത് സാഹിത്യ പുരസ്കാരം (2022) കഥ, കവിത എന്നിവയ്ക്ക്, ടി വി കൊച്ചു ബാവ സ്മാരക കഥാ പുരസ്കാരം 2022, മഹാകവി ഉള്ളൂർ സ്മാരക കവിതാ പുരസ്കാരം 2022, കലാമുദ്ര പേരാമ്പ്ര സാഹിത്യ പ്രതിഭാ പുരസ്കാരം 2022, ദേശാഭിമാനി അക്ഷരമുറ്റം സംസ്ഥാന മെഗാ ഫൈനൽ 2022 ലും 2023 ലും കവിതയിൽ ഒന്നാം സ്ഥാനം, ലെനിൻ ഇറാനി കവിതാ പുരസ്കാരം 2022, കിനാലൂർ കേളുട്ടി മാസ്റ്റർ സ്മാരക കവിതാപുരസ്കാരം 2022, സംസ്ഥാന സ്കൂൾ കലോത്സവം 2023 ലും 2024ലും കവിതാ രചനയിൽ എ ഗ്രേഡ്, സംസ്ഥാന സ്കൂൾ കലോത്സവം 2023 ൽ മലയാളമനോരമ സാഹിത്യ പ്രതിഭ സ്വർണ്ണമെഡൽ, വയനാട് പെരിക്കല്ലൂർ ഗവൺമെന്റ് ഹയർസെക്കണ്ടറി സ്കൂൾ സാഹിത്യ വേദി കവിതാ പുരസ്കാരം 2023, ഏറ്റവും കൂടുതൽ പുസ്തകങ്ങൾ പ്രസിദ്ധീകരിച്ച ഇന്ത്യൻ കൗമാരം എന്ന ഇന്ത്യ ബുക്ക് ഓഫ് റെക്കോഡ്, പി ജെ ആന്റണി ഫൗണ്ടേഷൻ അഖില കേരള ഗാന രചനാമത്സരം 2023 ൽ ഒന്നാം സ്ഥാനം, പാലക്കാട് പ്രവാസി സെന്റർ സർഗ സമീക്ഷ കവിതാപുരസ്കാരം 2023, കേന്ദ്ര ജി എസ് റ്റി വകുപ്പിന്റെ കവിതാ പുരസ്കാരം 2023, കഴിമ്പ്രം ജനകീയ സാഹിത്യ വേദി കുഞ്ഞുണ്ണിമാസ്റ്റർ സ്മാരക കവിതാ പുരസ്കാരം 2023, കൊൽക്കത്ത മലയാളി സമാജം തുഞ്ചൻ സ്മാരക ട്രസ്റ്റുമായി ചേർന്ന് നൽകുന്ന തുഞ്ചൻ സ്മാരക കവിതാ പുരസ്കാരം (2023), കെ എൽ 44 സാഹിത്യ വേദിയുടെ പ്രത്യേക ജൂറി കവിതാ പുരസ്കാരം 2023 വസന്തം എന്ന പെൺകുട്ടിക്ക്. സംസ്ഥാന സർക്കാർ ശിശുക്ഷേമ സമിതിയുടെ ഒ.എൻ.വി സാഹിത്യ പുരസ്കാരം 2023 (ചെമ്പനീർ പൂക്കൾ എന്ന നോവലിന്).

വിലാസം:

ഇന്ദ്രവല്ലരി, നെല്ലിക്കാട്ട്, കാഞ്ഞങ്ങാട്

ബല്ല (തപാൽ), കാസറഗോഡ് ജില്ല, പിൻ: 671531

ഫോൺ: 9497842169, email: cinashabom@gmail.com

കവിതകൾ

ഉള്ളടക്കം

ഹെസ്പെറസ് 7
കടലിനോട് 8
രാത്രിയോട് 9
മേഘത്തിനോട് 10
നനവ് 11
സമരം 12
മുങ്കിലി 13
കടലോളം 14
ഹിജാബ് 15
അപ്പുറം 16
പിന്നെയും പിന്നെയും നീ 17
മഴനിറവ് 18
എന്നേക്കും 19
അകലെയകലെ 20
കരി 21
കവിതക്കല്ലറ 22
പുളി 23
നിറവ് 24
ഫുട്ബോളർ 25
കാത്തിരിപ്പ് 26
നഷ്ടം 27
കാലം 28
നടി 29
ആനന്ദം 30
ആശ 31
തനിയെ 32
വെളിപാട് 33
വസന്തം 34
ചുവപ്പ് 35
കണക്ക് 36
പ്രണയം 37
സൂര്യകാന്തി 38
ഉദയം 39
ഇനി 40
സ്നേഹം 41
ജീവൻ 42
ഓർമിക്കാൻ 43
മാത്രം 44
പിറവി 45
പുനർജന്മം 46
ഇന്ത്യ 47
നിർവ്വചനം 48
മരണം 49
പ്രതികാരം 50
രചന 51
തലവേദന 52
കവി 53
അറിവ് 54
സ്വത്വം 55
കാലിഗ്രാഫി 56

ഹെസ്പെറസ്*

ആകാശത്തിന്
ഇത്രയ്ക്ക് ചുവക്കാനാകുമോയെന്ന്
ചില വൈകുന്നേരങ്ങളിൽ
നീ അതിശയിച്ചിട്ടില്ലേ?
അപ്പോഴൊക്കെയും
മേഘങ്ങളിൽ വെളിച്ചം കൊണ്ട്
കവിതയെഴുതിക്കൊണ്ടിരുന്നത്
ഞാനാണ്.

* ഹെസ്പെറസ്: വീനസ് ദേവതയ്ക്ക് സന്ധ്യാനക്ഷത്രമെന്ന നിലയിലുള്ള പേരാണ് ഹെസ്പെറസ്.

കടലിനോട്

ഇന്നലെ നീ പിൻവലിച്ച തിരയെ
ഒന്ന് തിരികെ തീരത്തേക്കയയ്ക്കാമോ?
നിറയെ നക്ഷത്രങ്ങളുള്ള
എന്റെ ആകാശത്തെ
അത് കൂടെ കൊണ്ടുപോയിരുന്നു.

രാത്രിയോട്

ഇരുട്ടിനെ എനിക്കു തന്നേക്കൂ.
ഞാനതിൽ നിലാവു കൊണ്ട്
കവിതയെഴുതിത്തരാം.

മേഘത്തിനോട്

ഇങ്ങനെ തുടക്കാമോ?
സായാഹ്നത്തെക്കുറിച്ച് എഴുതിയെഴുതി
ഞാനൊരാകാശമായിക്കുന്നു.

നനവ്

ആകാശം
ഒരു കീറിയ തുവാലയാണ്.
അതുകൊണ്ടാണ്
കറുത്തുപോയ ഇരുട്ട്
മുഖം മറച്ച് കരയുമ്പോൾ
നക്ഷത്രങ്ങൾ ചോർന്നൊലിക്കുന്നത്.

സമരം

മരവിച്ച കുരുക്കുകളിട്ട്
അക്ഷരങ്ങളെ ശ്വാസംമുട്ടിക്കുമ്പോഴും
വാക്കിനും ആകാശത്തിനുമിടയിൽ
പൂപ്പല്ല പിടിച്ച മറകൾ നിരത്തുമ്പോഴും
മുറിവുകളെ വീണ്ടും കീറി വലുതാക്കി
കവിതയ്ക്ക് വിലങ്ങിടുമ്പോഴും
ഇരുട്ടിന്റെ മഞ്ഞുപാളികൾക്കിടയിലൂടെ
നോവുന്ന കാലുകൾ വലിച്ചുവച്ച്
അസ്ഥികൾ വരെ വിറച്ചുവിറച്ച്
ഞാനെന്റെ ഭാഷയ്ക്ക് തീകൂട്ടാൻ വരും.

മൂങ്കിലി*

ഞരമ്പുകളിൽ പൂത്തുവിങ്ങി
ചെമ്പരത്തിക്കാടുകൾ.
നോട്ടങ്ങളിൽ കൊളുത്തി
കത്തുന്ന ആകാശങ്ങൾ.
ചോര പുരണ്ട ഞൊറികളിൽ
താളംതെറ്റി മിടിപ്പുകൾ.
പൊട്ടലുകളിൽ മുളച്ചുപൊന്തി
വേദനയുടെ പടർപ്പുകൾ.
കാട്ടുപാമ്പുകൾ കോറിയ
ഭൂമിയിറ്റുന്ന ചിത്രങ്ങൾ.
അവളുടെ ഹൃദയത്തിനടിയിൽ
ഉയിർപ്പിന്റെ കടൽത്തീരങ്ങൾ.

---

* മൂങ്കിലി എന്നാൽ കീരി.

കടലോളം

കടല്
ആകാശത്തെക്കാളും
വലുതായതുകൊണ്ടാകണം...
വലയെറിഞ്ഞപ്പൊ
മേഘങ്ങളിൽ ചെന്നു കുടുങ്ങിയത്.
വലിച്ചുപൊക്കിയെടുത്തു.
ഒഴിഞ്ഞുതന്നെ കിടക്കുന്ന വലേന്ന്
രാത്രികൾ ഇറ്റിറ്റു വീണു.
കത്തുന്ന ഉയിരിലേക്ക്
തണുത്ത ചിപ്പികൾ വാരി നിറച്ച്
നമുക്ക് തിരമാല പുതച്ചു കിടക്കാം.
നക്ഷത്രങ്ങൾക്കിടയിലെവിടെയോ
മീനുകൾ മറഞ്ഞിരിക്കുന്നുണ്ടാവും.

ഹിജാബ്

ചോര പുരണ്ട ഇരുളിനടിയിൽ
നേരം മറന്നുപോയ
ഒരു പെൺകുട്ടിക്കാലം
തനിയേ മിഴിച്ചുനിൽക്കുന്നു.
വെടിയൊച്ചകൾ പ്രതിധ്വനിക്കുന്ന
മങ്ങിപ്പഴകിയ മതിലുകളിൽ
പാതി മാഞ്ഞ ആകാശങ്ങൾ
ഒഴിഞ്ഞുകിടക്കുന്നു.

അപ്പുറം

മുറിവുകൾക്കു മീതെ
തണുത്ത മരങ്ങൾ മുളച്ചുപൊന്തും.
വെളിച്ചങ്ങൾ പെയ്യുന്ന മഴ
ചാരമത്രയും പൂക്കളാക്കും.
എനിക്കുറപ്പാണ്...
നമ്മുടെ കവിതകൾക്കപ്പുറം
ഒരു ചിരിക്കുന്ന ഭൂമി ഉദിച്ചുവരും.

പിന്നെയും പിന്നെയും നീ

ഉള്ളാകെ
വെയിലു കയറി വറ്റിയ
ഏതോ ഒരു
ഓഗസ്റ്റിന്റെ കൊമ്പത്തിരുന്ന്
ഒരു നനഞ്ഞ കവിത
ഞാൻ
പട്ടം പോലങ്ങ്
പറത്തിവിട്ടു.
നിനക്കായുള്ള
ഒടുവിലത്തെ കവിതയെന്ന്
താഴ്വരയിലേക്ക്
വിളിച്ചുകൂവി.
വെറുതെ.

മഴനിറവ്

വിറ പടർത്തി നീ വരുമ്പോൾ
കൊട്ടിയടച്ചകത്തിരിക്കാൻ
എനിക്ക് ജനാലകളില്ല.
എന്റെ കവിതകളിൽ നിന്നും
നിന്നെ തുടച്ചുകളയാൻ
ഒരു തുവാലയുമില്ല.
ആകെയുള്ളൊരാകാശം കീറി
ഞാനെന്റെ മുറിവുകൾ കെട്ടുമ്പോൾ
വേദനയുടെ ചുവന്ന പൂക്കളെ ചിതറിച്ച്
അപ്പാടെ നനച്ചുകുഴയ്ക്കാൻ
ഇനിയും നീ പൊട്ടിവീഴണം.

എന്നേക്കും

കടലിനെ ഒരു കുപ്പിയിൽ നിറച്ച്
നമുക്ക് ജനൽപ്പടിമേൽ വെക്കാം.
കരച്ചിൽ വരുമ്പോഴൊക്കെ
ഇത്തിരിയെടുത്ത് കവിതയിലിറ്റിക്കാം.
കിടക്കയിൽ ആകാശം വിരിക്കാം.
തലയിണയായി ഒരു കാടിനെ വെക്കാം.
രാവു നീളെ ഭൂമിയെ സ്വപ്നം കാണാം.
ഇരുട്ട് വാതിൽക്കൽ വന്ന് മുട്ടുമ്പോഴും
നമുക്ക് ജീവിച്ചുകൊണ്ടേയിരിക്കാം.

അകലെയകലെ

നമുക്ക്
എല്ലാ ഉടുപ്പുകളുമഴിച്ച്
വെളിച്ചത്തിൽ മുക്കിയെടുത്ത്
ആകാശത്ത് ആറാനിടാം.
എന്നിട്ട്
മുടിയാകെ മഴയുമായി
പവിഴപ്പുറ്റുകൾക്കപ്പുറത്തേക്ക്
ഓടിപ്പോകാം.

കരി

കാടിന്റെ ചുണ്ടുകളിലെ
വിഷച്ചാറ് തുടച്ചെടുത്തു.
കാട്ടുപച്ചിലഞരമ്പുകളിലെ
രാത്രികളെ ഉടലിൽ വരച്ചു.
ഇരുട്ടിന്റെ മഴകൾ കൊണ്ട്
അസ്ഥികൾ നനച്ചു.
പകൽമുനകൾ കൊണ്ട്
മുറിവുകളേറ്റേറ്റ്
ഭൂമിയുടെ മറുപാതിയെ
എടുത്തുടുത്ത്
അവൻ കൂടുതൽ കറുത്തു.

കവിതക്കല്ലറ

കവിയുടെ കല്ലറ.
കാപ്പൂക്കൾ, ഇലകൾ.
ചുറ്റിവരിഞ്ഞ് ചങ്ങലകൾ.
മരിച്ച കവിയുടെ
മരിക്കാത്ത ആത്മാവിൽ
ശ്വാസം പുരട്ടുന്ന ഒരു കവിത.
ചങ്ങലക്കണ്ണികളിൽ കുരുങ്ങി
പിടഞ്ഞുപിടഞ്ഞ് ഒരാകാശം.
ഒരല,
ഒരാഴം.
മരണത്തിനു പോലും
കവിതയുടെ മണം.
മിടിപ്പ്.
തറക്കല്ലുകളിൽ തളംകെട്ടി
കവിതയുടെ രക്തം.

പുളി

പുളിമരച്ചോട്ടിലെ കുട്ടിക്കാലത്തിന്റെ
മിഴിഞ്ഞ കണ്ണുകളിൽ ആകാശങ്ങൾ.
പുളി പുതഞ്ഞ വിരലുകളിൽ
നൊട്ടിനുണഞ്ഞ് കവിതകൾ.

നിറവ്

ഒരു ലില്ലിപ്പൂ നിറയെ
എന്റെ രക്തം.
അതിൽ
നിന്റെ തണുത്ത ഓർമകൾ.
ചവർപ്പിറ്റുന്ന രാവുകൾ.
നിന്റെ ആഴക്കടലിൽ നിന്നും
ഞാൻ കവർന്നെടുത്ത
ഒരു പിടി നനുത്ത മീനുകൾ.

ഫുട്ബോളർ

വണ്ടൊരു കൊട്ടാരത്തിൽ നിന്നും
പതിനഞ്ച് വയസ്സുള്ളൊരു രാജകുമാരി
ഒരു ജേഴ്സിയുമിട്ട് ഇറങ്ങിപ്പോയി.
തെരുവുകൾ തോറും
അവളൊരു പന്തുമായി
ചെളിയിലുരുണ്ടു നടന്നു.
ഇരുട്ട് പിടിച്ച മതിലുകളെ
അവൾ പന്തടിച്ച് തകർത്തു.
അവളെ നിങ്ങളറിയും.
ചിരിക്കണ്ട.
പഴകിയ വാക്കു ചുമക്കുന്ന
നിങ്ങളുടെയൊക്കെ മുഖത്തേക്ക്
അവളിനിയും ഗോളടിക്കും.

കാത്തിരിപ്പ്

നീയെന്ന് വരും?
നീനിന്റെ ഞരമ്പുകളിൽ
എനിക്കെന്റെ കവിത വിങ്ങുന്നു...
വല്ലാതെ.

നഷ്ടം

നീയില്ലെങ്കിലും എനിക്കൊന്നുമില്ല.
നീ ചിരിക്കണ്ട.
ഞാൻ പറയുന്നത് നേരാണ്.
നിന്നെ വിട്ടുകളഞ്ഞാൽ
എനിക്ക് ഒന്നും നഷ്ടപ്പെടാനില്ല.
ഞരമ്പുകളിൽ വഴിയുന്ന കവിതയും
കാടുകൾ പൂത്തുമറിയുന്ന കടലും
നക്ഷത്രങ്ങളുടുത്ത ഭൂമിയുമൊഴികെ
ഒന്നും.

കാലം

കണക്ക പഠിക്കാനിഷ്ടമില്ലാഞ്ഞിട്ട്
പകൽ കടന്ന് ഓടിപ്പോകുമ്പോൾ
ഓർമയുടെ വേരിൽ കാൽ തട്ടി
ക്ലോക്കിനകത്തേക്ക് വീണപോയ
ഒരു യൂനിഫോം കീറിയ പെൺകുട്ടി.

നടി

ഞാനൊരു നടിയാണ്.
രാത്രികൾ നീളെ ഞാൻ
റാന്തലായി അഭിനയിക്കുന്നു.
ആകാശമിടിഞ്ഞുതാഴുമ്പോൾ
കാറ്റാടിമരമായിച്ചമയുന്നു.
കടലുകൾ വറ്റുമ്പോൾ
നീലത്തിരയാകുന്നു.
ഒരു കവിതയാണെങ്കിലും ഞാനൊരു
പെൺകുട്ടിയായി അഭിനയിക്കുന്നു.

ആനന്ദം

ഞാൻ നിന്റെ ഭ്രമിയുടെ
അച്ചുതണ്ടിൽ ത്തുങ്ങിമരിക്കും.
വിറയലോടെ നീ അടുത്തെത്തുമ്പോൾ
നക്ഷത്രങ്ങൾ നീട്ടിച്ചിരിക്കും.

ആശ

നിന്റെ വിഷമിറ്റുന്ന കാട്ടുപൂക്കളിറുത്ത്
ഞാനെന്റെ കവിതയെ ചുവപ്പിക്കും.
വെളിച്ചത്തിന്റെ പൂഴി വാരിയിട്ട്
നിന്റെ പൊട്ടലുകൾ നിറയ്ക്കും.
തണുത്തുറഞ്ഞ തെരുവോരങ്ങളിൽ
വാക്കുകൾ കത്തിച്ച് ചിരിക്കും.

തനിയെ

ഇപ്പോൾ എന്റെ താളുകൾ ശൂന്യമാണ്.
എന്റെ ഭ്രാന്തു പിടിച്ച കവിത
എന്നോടു ചോദിക്കാതെ
നിന്റെ ജനൽപ്പാളിയിൽ മുട്ടിവിളിക്കാൻ
കാലുകളിൽ ചെരിപ്പില്ലാതെ
ഓടിപ്പോയിരിക്കുന്നു.

വെളിപാട്

ഇന്നലെ ക്ലാസിലിരിക്കുമ്പോൾ
എനിക്ക് പെട്ടെന്ന് മനസ്സിലായി;
അർഥം കണ്ടുപിടിക്കാനാവാതെ
ഏതോ ഒരു മഴക്കാലം
സ്കൂൾ യൂനിഫോമിൽ പൊതിഞ്ഞ്
ഇറക്കിവിട്ട കവിതയാണ് ഞാനെന്ന്.

വസന്തം

നാരങ്ങാസൂര്യനെ
പിഴിഞ്ഞൊഴിച്ച
വെയിൽ
ഞാൻ
കാട്ടിലകളിൽ
തൊട്ടുനക്കി.
ഔ...!
വെളിച്ചത്തിന്റെ പുളി.

ചുവപ്പ്

മൂടൽമഞ്ഞിന്റെ തുറസ്സുകളിൽ
എന്നെ തിരയരുത്.
നിന്റെ ഓർമയുടെ
ഓളപ്പരപ്പിൽ പൊഴിഞ്ഞുകിടക്കുന്ന
ആ ചുവന്ന ഇലകളാണ് ഞാൻ.

കണക്ക്

നമ്മുടെ ഭൂമിയിൽ
ഓരോ ഇലയ്ക്കും
ഓരോ പേരുണ്ട്.
പേരുവിവരപ്പുസ്തകം
കാറ്റിന്റെ പക്കലുണ്ട്.
നീ കേട്ടിട്ടില്ലേ...
ഇല പൊഴിയുമ്പോൾ
താളുകൾ മറിയുന്ന ശബ്ദം?

പ്രണയം

ഒരു ചഷകം നിറച്ചും
ഇരുണ്ടുതുടുത്ത പൂക്കൾ.
നിന്റെ ഉള്ളംകൈയിൽ
ഉരുകിപ്പിടിച്ച മെഴുതിരികൾ.
ജനൽപ്പാളികളിൽ
വീണ്ടടയുന്ന രാത്രി.
ഓരോരോ മിടിപ്പുകളിലൂടെ
പടർന്നിറങ്ങുന്ന കവിത.
അങ്ങനെയാണ് നമുക്ക്
ഭ്രാന്തിന്റെ തിളക്കം വെച്ചത്.

സൂര്യകാന്തി

ഞാൻ പിറന്നുവീണത്
ഒരു സൂര്യകാന്തിപ്പാടത്താണ്.
അതുകൊണ്ടാണ്
എന്റെ കവിതയ്ക്കിങ്ങനെ
വെയിലിന്റെ ചുവ.

ഉദയം

മഞ്ഞുസൂര്യന്റെ മടീലിരുന്ന്
കുട്ടിക്കാലം
കരിപിടിച്ച ചീനച്ചട്ടീല്
കോട വറുക്കുവാണ്...
പതുക്കെ.

ഇനി

മഴമരങ്ങൾ മുളച്ച ഞരമ്പുകളിൽ
പൊട്ടിവീണ വിളക്കുചില്ലുകളാണ്
ഇനി നമ്മുടെ ആകാശം.
കാലം കൊണ്ട് കറ പിടിച്ച
നക്ഷത്രങ്ങളാണ് സംഗീതം.
കടലാണ് ഹൃദയം.
അതെ...
ഓരോ മണൽത്തരിയിലും
മിടിച്ചുനിൽക്കുന്ന ജീവനാണ്
ഇനി നമ്മുടെ കവിത.

സ്നേഹം

വെളിച്ചം തട്ടി
മുറിവേറ്റ കൈയിലെ
ഇരുട്ട് കട്ടപിടിച്ച നഖങ്ങളാഴ്ത്തി
നീ കീറിപ്പറിച്ചെടുത്ത
എന്റെ മുലകളിൽ
ചോര മണക്കുന്ന കവിത കിനിയുന്നു.
ആകാശത്തിന്റെ മുനമ്പിൽ തൂക്കിയ
ഉറപ്പില്ലാത്ത തൊട്ടിലിൽ നിന്നും
നമ്മുടെ മകൻ
താഴേക്ക്
എത്തിനോക്കുന്നു.

ജീവൻ

ഹൃദയത്തിൽ
രക്തം തീർന്നുപോയിരിക്കുന്നു.
എഴുതണം
ഭൂമി തുടിക്കുന്ന കവിതകൾ.

ഓർമിക്കാൻ

എന്റെ കൗമാരം
വസന്തത്തിനെഴുതിയ
ഒരു നനഞ്ഞ കത്താണ്
നീ.

മാത്രം

നീ എപ്പോഴെങ്കിലും
ആലോചിച്ചുനോക്കിയിട്ടുണ്ടോ?
പ്രണയത്തിൽ വീഴുമ്പോൾ
മാത്രമാണ് നമ്മൾ
മുകളിൽ നിന്നും താഴേക്കു വീഴാതെ
താഴെ നിന്നും മുകളിലേക്കു വീഴുന്നത്.

പിറവി

മാമ്മോദീസാ മുക്കിയിട്ടില്ലാത്ത
ഒരു കുഞ്ഞുമഴയെ
നെഞ്ചിൽ പൊതിഞ്ഞെടുത്ത്
എങ്ങോട്ടോ കൊണ്ടുപോവുകയാണ്
വഴിതെറ്റിയ കാറ്റ്.
നീ ഓർക്കുന്നില്ലേ?
മഞ്ഞപ്പൂക്കളുടെ ഗർഭപാത്രത്തിൽ
ഒരു നനഞ്ഞ
വസന്തമുണ്ടായിരുന്നു നമുക്ക്.

പുനർജന്മം

തോട്ടുവക്കിൽ
നിന്റെ മുഖച്ഛായയുള്ള
ഒരു മാലാഖയിരിപ്പുണ്ട്.
ഞാൻ കൊണ്ടുപോയിക്കൊടുക്കട്ടെ;
മരണമൂറി നനവിറ്റുന്ന
ഹൃദയത്തിന്റെ ഇലകൾ?

ഇന്ത്യ

ചെങ്കോലിന്റെ പിളർപ്പിൽ നിന്നും
തീയുടെ ഭൂപടം നിവർന്നുവീഴുന്നു.
മണ്ണും കനലും കൊണ്ടടയാളപ്പെട്ടവർ
ആകാശം വിരിച്ചുകെട്ടി മഷിയൂതുന്നു.

നിർവ്വചനം

നിന്റെ കണ്ണുനീരിൽ ചിലപ്പോൾ
എന്നെ കണ്ടേക്കാം.
പക്ഷേ,
ഒരിക്കലുമെന്നെ
നനവെന്ന് നിർവ്വചിക്കരുത്.
കാരണം,
ആ നനവിൽ തിളങ്ങിക്കിടക്കുന്ന
ആകാശമല്ല ഞാനെന്ന്
നിനക്കെങ്ങനെ ഉറപ്പിക്കാനാകും?

മരണം

നിന്റെ കല്ലറയിലിരുന്ന്
ഞാൻ അസ്തമയം കാണുന്നു.
കരിയിലകളുടെ പകൽക്കിനാവിന്
കാറ്റ് അവസാനവരിയെഴുതുന്നു.
ആകാശത്തിന്റെ
അന്ത്യാഭിലാഷമനുസരിച്ച്, അതാ,
നക്ഷത്രങ്ങൾ വിതാനിക്കപ്പെടുന്നു.

പ്രതികാരം

മരിച്ചുകഴിഞ്ഞ്
സ്വർഗത്തിലെത്തിയാൽ
ഞാനാദ്യം
ദൈവത്തിന്റെ മുഖത്തടിക്കും.
പിന്നെ
എല്ലാ രക്തസാക്ഷികളെയുംകൂട്ടി
ഭൂമിയിലേക്കൊരു പടനയിക്കും;
എല്ലാം തകർത്തുതരിപ്പണമാക്കി
പുതിയതൊന്ന് പടുത്തുയർത്താൻ.

രചന

ഞാനെഴുതുമ്പോൾ
ഭയപ്പെടുന്നതിന്
നിങ്ങളെ ഞാൻ കുറ്റം പറയില്ല.
കാരണം, എന്റെ വാക്കുകളിൽ
ഒരു പൊട്ടിച്ചിരിക്കുന്ന കൊടുങ്കാറ്റുണ്ട്.
നിങ്ങളുടെ
വെളുത്ത സാമ്രാജ്യങ്ങളെയും
പൂപ്പല്ലു പിടിച്ച ചിരികളെയും
പറത്തിക്കളയുംവരെ അടങ്ങാത്ത
ഒരു കനത്ത കൊടുങ്കാറ്റ്.

തലവേദന

മസ്തിഷ്കത്തിലെ
വള്ളിച്ചെടികളിൽ
ചോരനിറമുള്ള കാട്ടുപൂക്കൾ
വിടർന്നു.
പകലിന്റെ ബാൽക്കണിയിൽ നിന്നും ഞാൻ
കവിതയുടെ അനന്തതയിലേക്കെടുത്തുചാടട്ടെ.

കവി

എന്നെ
എഴുതാനനുവദിക്കുക.
ക്ലാസ്മുറിയുടെ ധ്രുവപ്രദേശങ്ങളിൽ
എന്നെ മരവിപ്പിച്ചുകളയാതെ
എന്റെ പേനയുംകൊണ്ട്
കവിതയുടെ തുറസ്സിലേക്ക്
ഇറങ്ങിപ്പോകാൻ വിടുക.
മഷി കൊണ്ടു ഞാൻ
നീലവേരുകളുള്ള മഞ്ഞുകാലം മാത്രമല്ല,
ഇടയ്ക്കൊന്നു തെളിച്ചുവെക്കാൻ
വാഴ്‌വിന്റെ നെരിപ്പോടു കൂടി
സൃഷ്ടിച്ചുതരാം.

അറിവ്

ആകാശത്തിന്റെ കണ്ണുനീരാണു മഴ
എന്ന പഴഞ്ചൻ നുണ പറഞ്ഞ്
ഇനിയുമെന്നെ പറ്റിക്കാമെന്ന്
നീ വിചാരിക്കണ്ട.
എനിക്കറിയാം...
ഭൂമിയുടെ പൊട്ടിച്ചിരിയാണു മഴ.
മണ്ണിലും ഹൃദയത്തിലും
മലനിരകളിലുംതട്ടി പ്രതിധ്വനിക്കുന്ന
ഒരു മുഴക്കമേറിയ പൊട്ടിച്ചിരി.

സ്വത്വം

എന്നോട്
കവിതയെഴുതാതിരിക്കാൻ
പറയുന്നതിലും നല്ലത്
മരിക്കാൻ പറയുന്നതാണ്.
മഷിയുടെ പിടുത്തം
ഞരമ്പുകളിലേക്കു മുറുക്കി
ഞാൻ മരിക്കാം.
എന്റെ രക്തത്തിലൂടെ അരിച്ച്
വെളിച്ചത്തിന്റെ കൺപീലികളിൽത്തട്ടി
എന്റെ കവിത
ഭൂമിയിൽത്തങ്ങട്ടെ.

കാലിഗ്രാഫി

വേദനയിൽ മഷി മുക്കി
നഷ്ടങ്ങളുടെ കണക്കുപുസ്തകത്തിൽ
ഞാനൊരു വരി കൂടി
നീട്ടിയെഴുതുന്നു.
ജീവിതത്തിന്റെ തലക്കെട്ടിനെ
കവിത കൊണ്ടലങ്കരിക്കുന്നു.
അതിന്റെ അടിവരയിൽ കൂടുവെച്ച്
പക്ഷികൾ ഉറങ്ങാൻ പോകുന്നു.
തിരിഞ്ഞുനോട്ടങ്ങളുടെ പട്ടികയിൽ
വെളിച്ചത്തെ അടയാളപ്പെടുത്തി
ഞാൻ മൗനമായി ബാക്കിയെഴുതുന്നു.